Skuggarnir á Zululandi

Undir blóðrauðum himni

Jessica Hintz

Bandaríkin
2024

Áletrun

Bókartitill: Skuggarnir á Zululand - Beneath the Blood Red Sky
Höfundur: Jessica Hintz

Höfundur: Jessica Hintz
Hafðu samband: boxingboy898337@gmail.com

INNIHALD

Kafli 1: Hadden og Zulu konungurinn

Þegar við hittum hann fyrst var Philip Hadden flutningamaður og kaupmaður á Zulu-svæðinu. Enn innan við fertugt hafði hann ótrúlega nærveru - hávaxinn, dökkur og sláandi myndarlegur með skarp augu, stutt skegg og krullað hár. Útlit hans voru greinilega skýr og fas hans var sérstaklega virðulegt, sem gerði hann áberandi í villtum umhverfi svæðisins. Líf Haddens hafði verið langt frá því að vera hefðbundið. Þó að hann væri ekki væntanlegur um marga hluta fortíðar sinnar, var vitað að hann kom frá fjölskyldu af göfugum ættum og var menntaður í Englandi, gekk í opinberan skóla og háskóla. Hæfni hans til að vitna í klassískar bókmenntir af og til, ásamt fágaðri rödd hans, færði honum viðurnefnið „Prinsurinn" meðal hrjúfa og harðgerðra manna sem hann umgengist.

Þrátt fyrir ljúfan uppruna sinn hafði Hadden flutt til Natal við vafasamar aðstæður og samskipti hans við fjölskyldu sína voru vægast sagt stirð. Í rúm fimmtán ár hafði hann flakkað á milli ýmissa verka í nýlendunni, með litlum árangri. Hann var maður með töluverðan þokka, átti auðvelt með að eignast vini, en samband hans við fólk virtist alltaf enda með vaxandi vantrausti. Eftir að hafa eytt tíma á einum stað fór hann skyndilega, oft með rýrt orðspor og óuppgerðar skuldir. Líf Haddens virtist vera samfelld enduruppgötvun, aldrei raunverulega festa rætur eða stöðugleika.

Áður en atburðir sem myndu einkenna líf hans rann upp, hafði Hadden eytt nokkrum árum í að vinna sem flutningamaður - við að flytja vörur langar vegalengdir á nautavögnum. Hins vegar, sérstakt atvik í landamærabænum Utrecht í Transvaal neyddi hann til að yfirgefa þetta lífsviðurværi tímabundið. Hann var kominn til bæjarins með tvo vöruvagna sem ætlaðir voru til verslunarmanns á staðnum. Við skoðun kom hins vegar í ljós að fimm af sex brennivínstilfellum sem hann var að flytja var saknað. Hadden, sem reyndi að forðast sök, sakaði kaffistarfsmenn sína um þjófnaðinn. En verslunarmaðurinn, grimmur og átakamaður, sakaði Hadden opinberlega um að hafa stolið áfenginu sjálfur. Spenna jókst hratt og leiddi til harkalegra átaka þar sem verslunarmaðurinn særðist alvarlega.

Af ótta við löglegar hefndir flúði Hadden af vettvangi og skildi eftir annan vagn sinn í Newcastle á meðan hann fór með hinn, hlaðinn kaffivöruverslun, yfir landamærin til Zululand, stað þar sem enginn sýslumaður myndi elta hann. Hann kunni vel tungumál og siði innfæddra og fann hann fljótlega að hann græddi hóflegan hagnað af viðskiptum sínum, eignaðist nautgripi og peninga í skiptum fyrir vörur eins og teppi, járn og járnvöru. Þegar hann stofnaði lítið og stöðugt fyrirtæki bárust honum fréttir um að verslunarmaðurinn sem hann hafði sært væri að hefna sín og hefði gert yfirvöldum viðvart. Með enga strax von um að snúa aftur til fyrra lífs síns í Natal, valdi Hadden að forðast yfirvofandi átök og einbeita sér að því að njóta nútímans.

Einn daginn fór Hadden til Ulundi, hjarta Zulu ríkisins, til að biðja um leyfi frá Cetywayo konungi til að veiða stórvilt á yfirráðasvæði sínu. Þetta var ákvörðun sem myndi leiða til einna merkustu kynnis lífs hans. Indunas konungs, eða ráðgjafar, tóku á móti honum með furðu kurteisi, þrátt fyrir vaxandi gremju Cetywayo í garð enskra kaupmanna og útlendinga. Þegar Hadden kom í heimsókn var pólitískt loftslag í Zululandi spennuþrungið og konungurinn var í auknum mæli á skjön við Breta.

Daginn eftir, eftir að hann kom til konungskraalsins, var Hadden kallaður á fund konungs. Sendiboði tilkynnti honum að „fíllinn sem hristi jörðina“ hefði beðið um nærveru hans. Með litlum tilþrifum var Hadden leiðbeint í gegnum hina víðáttumiklu byggð að litlu girðingunni þar sem Cetywayo, konunglegur í útliti, hélt indaba, eða ráðstefnu, með ráðgjöfum sínum. Eins og siðareglur sögðu til um, féll induna sem fylgdi Hadden til jarðar og skreið fram til að tilkynna komu hvíta mannsins.

„Leyfðu honum að bíða,“ skipaði Cetywayo, rödd hans þykk af reiði. Konungurinn, sem var enn í umræðu, hunsaði nærveru Haddens þegar hann hélt áfram orðaskiptum sínum við ráðgjafa sína.

Hadden, þó hann væri ekki alveg ókunnugur Zulu-siðum, fylgdist með vettvangi með vaxandi áhuga. Hann heyrði brot af samtali konungs, sérstaklega óróleg orð hans í garð aldraðs manns sem virtist vera að ráðleggja honum.

"Er ég hundur að þessar hvítu hýenur ættu að veiða mig?" Cetywayo krafðist þess. "Er landið ekki mitt, og var það ekki föður míns á undan mér? Er það ekki ég sem á að ákveða örlög þjóðar minnar? Ég mun útrýma þessum litlu hvítu mönnum!"

Gamli ráðgjafinn greip framhjá og gerði bendingar í átt að sjónum, eins og hann væri að reyna að vara konunginn við yfirvofandi hörmung ef hann fetaði þessa slóð. Cetywayo sakaði manninn í bræði um landráð, grunsemdir hans voru auknar með augljósum tengslum ráðgjafans við breska hagsmuni. Konungur fyrirskipaði að aldraði maðurinn yrði fjarlægður, örlög hans innsigluð með konungsúrskurði.

Gamli maðurinn, án reiði konungsins, flutti hrífandi lokaræðu þar sem hann sagði frá reynslu sinni í bardaga og langri þjónustu sinni við Zulu konungana, þar á meðal föður Cetywayo, Panda konungi. Hann talaði um spádóm Chaka, afabróður Cetywayo, sem spáði uppgangi hvíta mannsins og falli Zuluþjóðarinnar að lokum. Á síðustu augnablikum sínum lýsti gamli maðurinn samþykki óumflýjanlegs ósigurs og hvatti Cetywayo til að sofa í friði. Orð hans gerðu lítið til að hrífa konunginn, sem stóð óhreyfður. Aldraði ráðgjafinn var tekinn burt og tekinn af lífi, líf hans tæmd af sama fólki sem hann hafði einu sinni þjónað.

Hadden, sem horfði á þetta sjónarspil þróast, varð fyrir barðinu á grimmd stjórnar Cetywayo. "Ef hann kemur svona fram við sína eigin ráðgjafa," hugsaði hann, "hvað mun hann gera við mig?" Hadden, sem alltaf var raunsærri, fór að hafa áhyggjur af því að veru hans í Zululandi gæti brátt mætt með tortryggni eða fjandskap.

Eins og til að staðfesta áhyggjur sínar beindist augnaráð konungs í átt að Hadden. „Komdu með ókunnugan hingað," skipaði hann.

Hadden gekk til konungs og rétti honum hönd og reyndi að halda ró sinni þrátt fyrir spennuþrungið andrúmsloft. Cetywayo mat hann með ákafa augnaráði. „Þú ert enginn „umfagozan" (lágur náungi)," sagði konungur og viðurkenndi göfugt fas Haddens. "Þú ert af blóði höfðingja."

„Já, konungur," svaraði Hadden með örlitlu andvarpi. "Ég er af höfðingjum að blóði."

Konungur, forvitinn en varkár, spurði: "Hvað vilt þú í landi mínu, hvíti maður?"

"Mjög lítið, konungur. Ég hef verslað hér, eins og þú kannt að hafa heyrt, og hef selt allar vörur mínar. Ég bið þig leyfis til að veiða buffaló og annan stórleik áður en ég fer aftur til Natal."

Cetywayo, sem vantreysti alla hvíta menn, svaraði harðlega: "Ég get ekki veitt það. Þú ert njósnari sendur af Sompseu eða fulltrúa drottningarinnar í Natal. Farðu í burtu."

Hadden, óáreittur, yppti öxlum. "Ég vona að Sompseu eða fulltrúi drottningar muni bæta mér fyrir vandræði mín þegar ég kem aftur til míns eigin lands. En ég mun virða óskir þínar, konungur. Áður en ég fer, vil ég hins vegar gefa litla gjöf."

Cetywayo lyfti augabrúninni. "Hvaða gjöf?"

„Aðeins riffill," svaraði Hadden. „Ég hefði komið með það, en mér var sagt að það væri dauði að koma vopnaður á undan „fílnum sem hristir jörðina"."

Cetywayo, sem grunur hans vaknaði, skipaði að koma með riffilinn. Þegar vopnið var borið fyrir hann, sagði Hadden, alltaf gáfuð,: "Ég tel að það gæti verið skynsamlegt að láta þjón þinn fjarlægja trýnið af brjósti þínu, konungur."

Konungurinn, undrandi, kinkaði kolli. "Af hverju?"

„Vegna þess að hún er hlaðin og fullspennt," svaraði Hadden. "Þú vilt líklega halda áfram að hrista jörðina."

Við þetta skelfdist Induna sem hélt á rifflinum og skaut vopninu og saknaði konungsins naumlega. Cetywayo, reiður, hrópaði að Induna yrði tekin í burtu, en þegar skipunin var gefin var skelfingu lostinn þjónninn þegar flúinn.

Hadden sagði brosandi: "Það virðist sem hann hafi þegar tekið sig burt, konungur."

Konungurinn, þó að hann væri pirraður, var hrifinn af rifflinum og dirfsku hvíta mannsins sem stóð fyrir framan hann. "Skilur þú gerð byssna, hvíti maður?" spurði Cetywayo.

"Nei, konungur," svaraði Hadden, "en ég get lagað þau."

Cetywayo íhugaði möguleika sína og spurði: "Ef ég borgaði þér vel, myndirðu vera hér og laga byssur fyrir mig?"

Og svo, þrátt fyrir fyrri spennu og reiði konungsins, byrjaði samband Haddens við Cetywayo að þróast og setti grunninn fyrir það sem myndi reynast ógleymanlegur kafli í lífi hans.

II. kafli: Býflugan spáir

Hadden, sem fylgdist með spennuþrungnu og dramatísku atriðinu þróast, gat ekki annað en hugsað um undarlega atburðarásina. Hann hafði verið forvitinn af því sjónarspili sem þróaðist með ástarveikum manni og óþægilega bæn hans til konungs. „Daníel kemur fyrir dóm," muldraði hann og horfði á bændurna tvo á undan sér. Hann efaðist ekki um að maðurinn hefði vanmetið hörku konungs. Cetywayo, konungur, hafði hlustað þegjandi þegar gamli maðurinn, Umgona, hafði þakkað fyrir sig, rödd hans prýdd kurteisi og undirgefni. En svar konungsins var stutt, beint og ógnvekjandi: Ef Nanea, unga konan, kæmi ekki fram á þeim degi sem tilgreindur var, myndu bæði hún og faðir hennar hljóta hræðileg örlög. Þessi refsing, einföld aftaka, yrði framkvæmd opinberlega.

Skipstjórinn, Nahoon, sýndi mikla andstæðu. Fyrstu viðbrögð hans voru undrandi vantrú, eins og hann gæti ekki skilið afleiðingar orða konungs. Svipur hans breyttist hratt í reiði, djúp og bitur reiði sem virtist grípa alla veru hans. Krepptir hnefar hans og sýnileg spenna í hálsi hans sveik dýpt heiftar hans, reiði sem dvínaði aðeins eftir að hann áttaði sig á tilgangsleysi þess að ögra Zulu konungi. Eftir stutta reiði blossaði Nahoon í djúpa sorg. Andlit hans varð fölt, einu sinni stoltu dökku augun eru nú dauf og fjarlæg, og blóðrás rann niður vör hans, bitinn í tilraun til að bæla niður tilfinningar hans. Hann heilsaði konunginum stutta kveðju og staulaðist í átt að útganginum, hreyfingar hans skjálfandi og ráðvilltar. En þegar hann var kominn að hliðinu stöðvaði rödd konungs hann.

Cetywayo bauð Nahoon að vera áfram. Konungur fól honum þá verkefni, ekki bardaga, heldur að vera leiðsögumaður fyrir hvítan mann, Hadden, sem hafði komið sem gestur konungs. Verkefnið var einfalt: Nahoon átti að fylgja Hadden út í eyðimörkina, vernda hann fyrir tjóni og tryggja örugga heimkomu hans. Viðvörun konungs var skýr: bilun myndi kosta Nahoon lífið. Honum var líka sagt að snúa aftur fyrir tunglið, á þeim tíma sem búist var við að Nanea kæmi, og þá fyrst myndi Cetywayo ákveða hvort honum fyndist hún verðug eða ekki.

Hadden, sem áttaði sig á því að hann væri nú fangi í ríkinu, ákvað fljótt að flýja ástandið. Hann ætlaði ekki að vera áfram í þessu framandi landi ef stríð brjótist út, sérstaklega í ljósi þess hve óútreiknanlegur og oft hrottalegur réttlæti Zulukonungs er.

Nokkrum dögum síðar lentu Hadden og Zulu-fylgdarmaður hans, þar á meðal Nahoon, í hrikalegu fjalllendi, skammt frá Isandhlwana, stað sem brátt yrði frægur fyrir sögu sína. Þeir höfðu dögum saman verið að fylgjast með buffalahjörð á svæðinu en án árangurs. Zulu veiðimennirnir lögðu til að þeir færu í átt að Unvunyana ánni, þar sem villibráð var meira, en bæði Hadden og Nahoon vildu helst vera kyrr, hvor af persónulegum ástæðum. Hadden hafði vonast til að geta lagt leið sína í átt að Buffalo ánni og skipulagt hugsanlegan flótta til Natal. Nahoon dvaldi aftur á móti í von um að sjá Nanea, unnusta sinn, sem konungur átti bráðlega að gera tilkall til.

Tjaldsvæðið sem þeir völdu var staðsett í eyðilegu, skelfilegu landslagi, sem Hadden fannst órólegt. Fyrir aftan þá leyndist mýrarsvæði þar sem talið var að buffalarnir leyndust. Í fjarska blasti við hið glæsilega

Isandhlwana-fjall sem varpar skugga yfir landið. Framan við teygði sig ógnvænlegan og þéttan skóg, jaðar hans merktur háum hæðum með háum hliðum. Áin rann í gegnum skóginn, kyrrlát í fyrstu, en steyptist síðan yfir bratta kletti í dimma, sjóðandi laug, þangað sem sólarljósið virtist aldrei ná.

Hadden var forvitinn um skóginn sem þeir voru nálægt og spurði Nahoon um það. „Þetta er Emagudu, heimili hinna dauðu," útskýrði Nahoon, rödd hans fjarlæg. Hann hélt áfram að útskýra að það væri byggt af Esemkofu, þeim mállausu og öðrum öndum sem kallast Amahlosi, sálir sem höfðu liðið en héldu áfram að vera til í lífinu eftir dauðann.

"Heimili hinna dauðu?" Hadden bergmálaði, forvitinn. "Hefurðu séð þessa drauga?"

Svar Nahoon var hreint út sagt: „Er ég vitlaus að leita þeirra? Aðeins hinir látnu koma inn í þann skóg, hvíti maðurinn. Fólkið okkar færir þeim fórnir þar."

Fljótlega beindist athygli Haddens að nálægum kofa, sem Nahoon útskýrði að væri bústaður Inyanga, eða „Býflugunnar," virtur galdralæknir sem þekktur er fyrir að safna visku frá dauðum. Nafnið „Býfluga" var vel við hæfi, enda hlutverk hennar við að draga þekkingu úr hinu andlega sviði. Þrátt fyrir viðvaranir Nahoon um hættulegt eðli þess að heimsækja kofann The Bee, var Hadden staðráðinn í að leita svara.

Þegar þeir nálguðust kofann varð Hadden strax sleginn af órólegu andrúmsloftinu. Býflugan, sem sat við innganginn, var dregin í tötruð dýrahúð, augu hennar glitra eins og rándýrs. Í kringum hana skullu höfuðkúpur og bein á jörðu niðri og skapaði makabera senu. Þegar þau stóðu fyrir framan hana beindist augnaráð býflugunnar einbeitt að Hadden og hún talaði með skelfilegum skýrleika, eins og hún gæti lesið hugsanir hans. Hún viðurkenndi ósagða dómgreind hans yfir henni og gaf í skyn að hann trúði því að hún væri meira könguló en býfluga.

Rödd Býflugunnar var lág og óróleg þegar hún spurði hvers Hadden leitaði. Hann viðurkenndi að hann vildi vita hvort hann myndi ná árangri í veiðinni. Hún þrýsti hins vegar enn frekar á hann og skynjaði að það væru aðrar óskir á bak við fyrirspurn hans. "Hvað er það sem þú ert í raun að veiða, hvítur maður? Er það leikur, peningar eða konur?" spurði hún dularfullt.

Eftir stutt orðaskipti sýndi Býflugan ótrúlegan hæfileika sína til að lesa hugsanir. Með undarlegu brosi bað hún um lítinn tákn — hárlokk frá bæði Hadden og Nahoon. Hadden, þótt tregur, varð við því. Býflugan hélt síðan áfram helgisiðinu sínu, kastaði hárinu í eld, þar sem það brann af eigin lífi, reykurinn steig upp í undarlegri, blárri blæju. Þegar reykurinn umvafði hana, beygðist andlit býflugunnar, varð blátt og sokkið, augu hennar tóm og líflaus. Hún var í þessu trans-líka ástandi í nokkur augnablik, og þegar hún loksins talaði, var það með rödd sem var hol og óeðlileg.

"Ó, svart hjarta og líkami sem er hvítur og fallegur," sagði hún. "Ég lít inn í hjarta þitt, og það er svart sem blóð, og það mun vera svart af blóði."

Hadden, sem var gripin í álög orða sinna, var látin ígrunda merkingu spádóms síns, eftir því sem andrúmsloftið varð þyngra og forboðin örlagatilfinning blasti við honum.

Dagana á eftir var þungi fundarins af Býflugunni í huga Hadden. Orð hennar voru ekki bara viðvörun, heldur spádómur sem myndi móta atburðarásina sem á eftir að þróast. Leit hans að buffalóum, hugsanlegur flótti hans og yfirvofandi átök milli Zulu konungsríkisins og breskra hersveita sem eru að sækja í sig veðrið yrðu öll fyrir áhrifum af dulrænu öflunum sem virtust vera að lokast í kringum hann. Viðvörun Býflugunnar hafði sett mark sitt á hann og blóðuga leiðin sem hún spáði myndi brátt leiða hann í átt að mun meiri átökum en hann hafði nokkurn tíma búist við.

Kafli III: Endalok veiðinnar

Philip Hadden, þótt hann væri við góða heilsu og með góðri samvisku, átti erfitt með að sofa um nóttina. Þrátt fyrir að vera hvorki hjátrúarfullur né auðveldlega hræddur, var hugur hans ofsóttur af truflandi mynd af töfralækninum sem kallast Býflugan og ógnvekjandi orðum hennar. Hadden hafði vísað á bug möguleikanum á því að það gæti verið einhver sannleikur í spádómi hennar, en hann gat ekki vikið frá þeirri órólegu tilfinningu að kannski, bara kannski, væri einhver sannleikur í því sem hún hafði sagt um yfirvofandi dauða hans. Hann reyndi að dvelja ekki við þá hugsun, heldur einbeitti hann sér að áætlun sinni um að flýja Zulu-landið. Sjón Býflugunnar og órólegir siðir Zulus höfðu truflað taugar hans og hann var staðráðinn í að fara sem fyrst.

Hadden ætlaði að gera hlé fyrir landamærin næstu nótt. Hins vegar vissi hann að hann þyrfti að drepa buffaló eða einhvern annan stóran veiðidýr fyrst til að útvega veiðimönnum kjöt. Aðeins þá, þegar veiðimenn voru fullir af veislu, gat hann sloppið. Hann þurfti líka að huga að Nahoon, Zulu fylgdarliði hans, sem gæti ekki auðveldlega fallið fyrir freistingum veislu. Ef nauðsyn krefur, hugsaði Hadden, gæti hann þurft að drepa Nahoon, sem hann sá sem lítið meira en fangavörðinn sinn. Tilhugsunin um að drepa manninn truflaði hann ekki; þegar allt kemur til alls, taldi hann að hann ætti rétt á sér með því að gera það, sérstaklega í ljósi andúðar hans á Nahoon. Fyrirlitning Zulu-mannsins á honum var orðin óbærileg og stolt Haddens vildi ekki leyfa villimanni að líta niður á hann.

Þegar dögun rann upp reis Hadden upp og vakti fylgdarmann sinn, enn sofandi í kringum deyjandi glóð eldsins. Nahoon, gnæfandi í morgunskuggunum, stóð og horfði á Hadden. "Hvað vilt þú, hvíti maður, að vakni fyrir sólu?" spurði hann. Hadden svaraði rólega: "Ég vil veiða buffaló."

Nahoon, sem virtist lesa hugsanir Haddens, baðst afsökunar á því að hafa ekki notað virðingarfyllri titil. Hann mælti: "Ég get ekki kallað þig Inkoos (höfðingi) því þú ert ekki höfðingi, en ef "hvíti maður" móðgar þig, munum við gefa þér nafn."

Hadden samþykkti tregðu, þó að hann væri ekki ánægður með að komast að því að nafnið sem þeir höfðu valið honum, Inhlizin-mgama, þýddi "Svart hjarta" - titill sem lét honum líða eins og töfralæknirinn hefði bölvað honum enn og aftur.

Skömmu síðar hófust veiðin. Í þéttu, mýrarkenndu runnalandinu fyrir aftan búðirnar þeirra fann Nahoon fljótlega slóð buffalóhjarðar. Lögin voru fersk og Hadden var viss um að þeir myndu finna leik þann daginn, þrátt fyrir pirring hans yfir ummælum Nahoon um að býflugan hefði spáð velgengni þeirra. „Bölvaðu býflugunni," muldraði Hadden en hann hélt áfram að elta Nahoon þegar þau fylgdust með dýrunum.

Eftir nokkurn tíma fundu þeir buffalóhjörðina á beit á hærri jörðu nálægt bletti af mímósu trjám. Vindurinn var óhagstæður fyrir beina aðkomu, svo þeir fóru varlega í hring um hálfa mílu til að komast nær. Þeir fóru laumulega á milli trés og skriðu í gegnum hátt gras þar til þeir voru innan skotsvæðis. Kvígan, sem stóð á breiðu hlið við Hadden, gaf fullkomið skot. Hann lyfti riffilnum og tók skotið og drap hana samstundis.

Til að koma Hadden á óvart flúði buffalinn sem eftir var ekki strax. Þeir stóðu ráðvilltir og vissu ekki um hættuna.

Hadden notfærði sér rugl þeirra, hlóð riffilinn aftur og stefndi á gamla nautið. Skot hans sló nautið í háls eða öxl, en nautið, sært, rak beint á stöðu Hadden. Sem betur fer dró Nahoon, sem var snöggt, Hadden í öruggt skjól rétt þegar nautið þrumaði framhjá.

Þeir skildu hina eftir til að höggva kvíguna og lögðu af stað í leit að nautinu. Eftirförin hélt áfram klukkutímum saman og að lokum misstu þeir slóðina á grýttri jörð. Þreyttir af hitanum stoppuðu þeir til að hvíla sig og borðuðu þurrkað kjötið sitt. Einn Zulu-mannanna fór að drekka úr nærliggjandi læk, en augnabliki síðar heyrðu þeir hræðilegt hljóð. Særða nautið, sem lá í biðstöðu eftir þeim, réðst á Zulu-manninn, stakk lungun hans með horninu áður en hann hvarf inn í runnann. Maðurinn dó skömmu síðar, lokaorð hans: "Þetta er ekki buffalo, það er djöfull."

Hadden var staðráðinn í að ljúka veiðunum og lýsti því yfir að hann myndi drepa nautið sama hvað. Nahoon, enn varkár, fylgdi honum. Opið land bauð nú upp á auðveldari eftirför og þeir sáu oft særða nautið, þó að það væri rétt utan seilingar fyrir hreint skot. Að lokum fundu þeir sig á bröttum kletti. Nahoon benti á skógarbelti fyrir neðan og sagði: "Þetta er Emagudu, heimili hinna dauðu. Nautið stefnir þangað."

Hadden viðurkenndi hættuna en var ákveðinn í leit sinni. Nahoon, sem var hræddur við draugana sem sagður var ásækja skóginn, hikaði en féllst á að fylgja. Skógurinn var dimmur, þrúgandi staður, loftið þykkt af rotnun, og einu lífsmerkin voru einstaka snákur sem renndi sér í gegnum undirburann. Þrátt fyrir hryllilegt umhverfið hélt Hadden áfram og einbeitti sér eingöngu að buffalónum.

Þeir héldu dýpra inn í skóginn og blóðslóðin varð augljósari, sem benti til þess að nautið væri að veikjast. Nahoon varaði Hadden við að fara varlega, þar sem nautið gæti reynt að plata þá. Sporin leiddi þá að tveimur trjám, bak við þau gat Hadden rétt séð útlínur nautsins, enn á lífi en greinilega í erfiðleikum. Hadden miðaði varlega og skaut og sló nautið í bakið. Nautið öskraði af sársauka og hljóp í áttina að þeim. Nahoon kastaði spjóti sínu og sló nautið í bringuna, en buffalinn hélt áfram að berjast.

Mennirnir tveir tvístruðust til að forðast ákæru nautsins. Eftir spennuþrungið augnablik stundi buffalóinn og hrapaði, loksins dauður. Spjót Nahoon hafði slegið drápshöggið. Þegar Hadden nálgaðist dauða nautið, gaf hann lokaspyrnu og hæðst að skepnunni fyrir ögrun þess.

Rétt í þessu fyllti skrítið hljóð skóginn - dauft, skelfilegt væl ómaði í gegnum trén. Nahoon, skjálfandi, útskýrði að það væru Esemkofu, tungulausu draugarnir, sem voru sagðir syrgja eins og ungabörn. Hann hvatti Hadden til að yfirgefa draugastaðinn. Hadden hafði hins vegar aðrar hugsanir. Þar sem buffalinn var loksins drepinn og kjötbirgðir þeirra tryggðar, var hann að íhuga að flýja. Þegar hann var kominn út úr skóginum væri hann nálægt landamærum Zulu og þaðan gæti hann lagt leið sína í öryggið.

Þegar þeir lögðu leið sína aftur í gegnum skóginn snerust hugsanir Hadden að áætlun hans. Hann hafði ætlað að flýja um nóttina en sá nú tækifæri. Landamæri Zulu voru aðeins klukkutíma hlaup í burtu, og með Nahoon, sívakandi fangavörð hans, skammt á eftir, vissi Hadden að hann yrði að bregðast skjótt við ef hann ætti að komast undan.

Hann ákvað að ef það kæmi að versta yrði Nahoon að deyja. Hadden var með riffil, og með Nahoon óvopnaður og aðeins með stutt spjót, væru líkurnar honum í hag. Þegar Nahoon gekk á undan honum, kallaði Hadden á hann og sagði: "Nahoon, hreyfðu þig ekki. Stattu þar sem þú ert, annars mun ég skjóta. Ég er fangi þinn, en ég vil ekki láta fara með konunginn. bráðum verður stríð á milli okkar fólks, og ég vil frekar deyja en horfast í augu við reiði Cetywayo."

Hadden útskýrði að landamæri Zulu væru nálægt og eini möguleikinn á að lifa af væri að flýja núna, á meðan hann hefði enn möguleika. Myndi Nahoon hjálpa honum eða myndi hann standa í vegi fyrir honum? Augnablik sannleikans nálgaðist óðfluga og Hadden vissi að örlög hans hétu á bláþræði.

IV. KAFLI: ÁNÆGJA

Nahoon muldraði eitthvað lágt, varla heyranlegt, áður en hann fór frá Naneu. Orð hans týndust í næturkyrrðinni og án þess að líta aftur út gekk hann út úr kofanum í gegnum lítið, snjallt opið á hliðinni. Brottför hans var nánast óséð af Hadden, sem hafði verið í hálfmeðvitundarleysi. Þegar síðasta fótspor Nahoon fjaraði út í fjarska opnaði Hadden augun hægt og rólega og tók inn í umhverfi sitt.

Sólin var að setjast. Síðustu geislarnir síuðust í gegnum örlítið opið á kofanum, varpuðu hlýju rauðu ljósi yfir herbergið og baðaði allt í mjúkum, annarsheimsljóma. Ljósið flökti á reyksvörtuðu þaktrénu úr þyrniviði, sem bar upp bygginguna fyrir ofan hann. Þegar augu Haddens aðlagast deyfðu birtunni, sá hann hana - sýn rólegrar sorgar - halla sér að myrkvuðum viðargeislanum: Nanea.

Nærvera hennar virtist lífga upp á allan kofann. Hún var kona af sláandi fegurð, sjaldgæf og grípandi, svo mjög að Hadden fann fyrir brjósti þegar hann horfði á hana. Sjónin af henni var nóg til að stela loftinu úr lungum hans og hræra eitthvað djúpt innra með honum. Það var óneitanlega hrifning til hennar, kraftmikill kraftur sem fékk hjarta hans til að slá hraðar.

Einfaldur klæðnaður Naneu gerði lítið til að hylja náð hennar. Mjúkur hvítur möttull dreginn yfir axlir hennar, haldið saman af nokkrum perlum, með flóknu bláu perluverki sem prýðir brúnirnar. Moocha úr bjölluskinni umkringdi mitti hennar, einnig saumuð með bláum perlum, en ræmur af gráum loðfeldi vafðar um enni hennar og vinstra hné. Koparармband prýddi hægri úlnlið hennar og náði birtunni frá hverfandi sólinni. Auðlegð myndar hennar skar sig úr gegn umhverfinu, ber húð hennar bronsuð og slétt, andstæða við sveitalegt eðli fatnaðar hennar. En það var andlit hennar, innrammað af bylgjuðu svörtu hári sem féll niður á axlir hennar, sem varð til þess að Hadden var andlaus.

Augu hennar, dökk og fljótandi, voru eins og leyndardómar, full af leyndarmálum sem hann vildi ólmur upplýsa. Í stutta stund gleymdi Hadden hvar hann var, heilluð af fegurð hennar og því hvernig hún virtist standa í sundur frá öllu í kringum sig.

Þegar síðustu snefin af sólarljósi streymdu yfir hana, andvarpaði Nanea mjúklega, eins og hún fyndi þyngd augnabliksins. Hún leit niður á Hadden, en augnaráðið hafði ekki farið úr andliti hennar. Hún varð hrædd við að sjá að hann hefði vaknað, hún huldi ósjálfrátt brjóstið með möttlinum og renndi sér í áttina að honum, hreyfingar hennar eins fljótar og vindur.

„Höfðinginn er vakandi," sagði hún á mjúku, melódísku Zulu, tungumáli sem virtist næstum músíkölskt í hans eyrum. — Þarf hann eitthvað?

Hadden reyndi að safna krafti til að tala, en veikleiki loðaði enn við hann. Líkami hans verkjaði, útlimir þungir af þreytu. „Já, frú," tókst honum, rödd hans þvinguð, „ég þarf að drekka, en því miður! Ég er of veik."

Nanea hikaði ekki. Hún kraup við hlið hans, hreyfingar hennar þokkafullar og skilvirkar. Hún studdi hann varlega með öðrum handleggnum og hélt káli fullri af vatni að vörum hans með hinum. Hadden drakk gráðugur, þó það væri ekki bara vatnið sem hann þráði - það var snerting hennar, nálægð, blíðan sem hún hugsaði um hann með. Hann gat ekki útskýrt það, en á því augnabliki færðist eitthvað innra með honum. Hjarta hans hrökk við. Hvort það var hlýjan í húðinni gegn honum eða hreinleikin í snertingu hennar gat hann ekki sagt. Það eina sem hann vissi var að öflugt, óneitanlega afl hafði náð tökum á honum. Það var ástríðu - hrá og ótamin - sem fór í gegnum hann. Hann hafði aldrei upplifað neitt þessu líkt áður, þennan styrk, þennan drifkraft.

Hann dró sig í burtu frá graskálinni, andardráttur hans náði í hálsinn á honum þegar hann horfði í augu hennar. "Við himnaríki!" hugsaði hann, enn vantrúaður. „Ég hef orðið ástfanginn af henni. Svart fegurð við fyrstu sýn, ástfangnari en ég hef nokkurn tíma verið áður.“

Hugmyndin um það var undarleg, jafnvel fáránleg. Hvítur maður, útlendingur, fellur fyrir innfæddri stúlku í þessu framandi landi. Það virtist ómögulegt, en samt var það satt. Því var ekki að neita. Í hjarta hans var ekkert pláss fyrir efa. Hann heyrði þegar réttlætingarnar myndast í huga hans. Það var óþægilegt, já, en það yrðu bætur. Ef illa fór, ef hún varð of erfið, gat hann alltaf sent hana í burtu.

Hadden lagðist aftur á loðfeldinn og starði á Naneu þegar hún var að vinna. Hún var að dunda sér við að hlúa að sárum hans og bera innlenda salva af muldum laufum á skurðinn sem hlébarðinn hafði gert. Snerting hennar var mild en áhrifarík og Hadden fylgdist með hverri hreyfingu, heilluð.

Það virtist næstum eins og eitthvað innra með henni hrærðist, eins og hún skynjaði breytinguna á honum. Hönd hennar tötraði um stund, minnsti skjálfti í hreyfingum, en hún náði sér fljótt. Þegar hún hafði lokið sér af stóð hún og talaði af sömu rólegu náð og hún hafði sýnt frá því hann sá hana fyrst.

„Þetta er búið, Inkoos,“ sagði hún með rólegri rödd.

„Þakka þér fyrir, frú,“ svaraði Hadden, rödd hans þung af blöndu af þakklæti og einhverju dýpra, eitthvað sem hann gat ekki enn nefnt.

„Þú mátt ekki kalla mig frú, Inkoos,“ leiðrétti hún hann blíðlega. „Ég er engin höfðingjakona, heldur aðeins dóttir yfirmanns, Umgona.

„Og hét Nanea,“ sagði Hadden, eins og hann væri nýbúinn að átta sig á því, og leiftur af viðurkenningu leiftrandi í augu hans. "Ég hef heyrt um þig."

Hún lyfti augabrúnunum örlítið og eitt augnablik var furðubliki í augnaráði hennar. En hún sagði ekki neitt, lét aðeins niður augun í viðurkenningu.

„Jæja, Nanea,“ hélt Hadden áfram, „kannski verður þú bráðum höfðingjakona — uppi við kral konungsins þarna fyrir utan.

Andlit hennar féll, og hún huldi andlit sitt með höndum sínum, neyð hennar var augljós.

„Ekki syrgja, Nanea,“ sagði Hadden og rödd hans mildaðist. "Herg er aldrei svo há og þykk en að það er ekki hægt að klifra hana eða smeygja sér í gegnum hana."

Hún lækkaði hendurnar, augun leituðu í andliti hans eins og hún væri að reyna að ráða orð hans, en hann ýtti ekki lengra. Þögnin teygðist á milli þeirra um stund áður en Hadden spurði spurningarinnar sem hafði verið að hrjá hann síðan hann vaknaði.

„Segðu mér, hvernig kom ég hingað, Nanea?

"Nahoon og félagar hans báru þig, Inkoos," svaraði hún, rödd hennar stöðug og ósnortinn.

Hadden kinkaði kolli hægt, tók orð hennar til sín og brosti svo.

„Reyndar byrja ég að vera þakklátur hlébarðinum sem sló mig niður," sagði hann. „Jæja, Nahoon er hugrakkur maður og hefur veitt mér mikla þjónustu. Ég treysti því að ég geti endurgoldið það — þér, Nanea.

Þegar sár Haddens gróu og kraftur hans kom aftur, tæmdust hugsanir hans af Nanea. Hann ákvað að vinna hjarta hennar, tilkalla hana fyrir sig. Þrátt fyrir tengsl Nahoon við hana sá Hadden enga hindrun sem ekki var hægt að yfirstíga. Hann byrjaði að nota sjarma sinn og smjaður til að reyna að vinna ástúð hennar, þó hann vissi að taktík hans þyrfti að vera lúmsk. Hann gat ekki verið grófur, ekki við einhvern eins og Naneu. Nálgun hans varð að vera blíð, virðing – en samt þrálát.

Dagana á eftir urðu kynni þeirra tíðari. Í hvert sinn beindi Hadden athygli sinni að Naneu í von um að hún myndi hlýja honum, að varkár orð hans myndu finna mark sitt. Samt, í hvert skipti, hélt Nanea sig fjarri. Góðvild hennar við hann var ótvíræð, en það var greinilegt að hún bar hjarta sitt fyrir Nahoon eina. Þessi skilningur kom Hadden á óvart í fyrstu. Hann hélt að stúlka eins og Nanea, innfædd stúlka, myndi bregðast við manni af hans stétt, manni með vald og álit.

En hann áttaði sig fljótt á því að forsendur hans voru gallar. Nanea var ekki eins og konurnar sem hann var vanur - undirgefin, vann auðveldlega. Nei, hún var öðruvísi. Hún bjó yfir hljóðlátum styrk, tryggð við Nahoon sem ekkert gat hrist af. Hún var staðföst í hollustu sinni við hann, og framfarir Haddens féllu eins og hann væri að reyna að grínast að steini frekar en konu.

En Hadden, alltaf ákveðinn, neitaði að gefast upp. Hann hélt áfram eltingarleik sínum, nú öruggari en nokkru sinni fyrr um að hann gæti unnið hana. Hann var maður sem hafði náð árangri í mörgu á lífsleiðinni og hann var sannfærður um að þetta yrði ekkert öðruvísi.

Einn síðdegis, þegar sólin fór að dýfa undir sjóndeildarhringinn, sá Hadden Naneu ganga ein í átt að lindinni rétt fyrir utan kraalinn. Hann horfði á hana þar sem hún gekk af þokkafullri þokka, berfæturnar straukst við jörðina. Hún var ein og þetta var fullkomin stund fyrir hann til að nálgast hana.

Hann lagði leið sína inn á stíginn, hjarta hans sló í straum af eftirvæntingu. Þegar hann kom að henni fór snákur yfir stíginn fyrir framan Naneu, sem varð til þess að hún hoppaði aftur af skelfingu. Vatnskálið sem hún bar á féll af höfði hennar og helltist niður og Hadden flýtti sér að taka það upp.

„Bíddu hérna,“ sagði hann og hló létt og reyndi að draga úr spennunni. "Ég skal færa þér það fullt."

Nanea hikaði áður en hún kinkaði kolli.

Þegar Hadden flýtti sér til vorsins, hljóp hugur hans. Hann varð að hugsa um eitthvað að segja, eitthvað sem myndi komast í gegnum hana. Kannski, bara kannski, að þessu sinni, gæti hann brotist í gegnum múrinn sem hún hafði byggt utan um hjarta sitt.

V. kafli: Örlagalaugin

Fortune, eins og leiðsögn af dularfullri hendi, byrjaði að hlynna að leynilegum áformum Nahoon og Nanea. Ein af brýnustu áskorunum Nahoon hafði verið að komast hjá grunsemdum félaga sinna í Zulu. Þeim hafði verið falið af konungi að aðstoða Hadden við veiðar hans og tryggja að hann slyppi ekki. Hins vegar gripu örlögin inn í. Strax daginn eftir óvænta heimsókn Maputa kom sendiboði sem bar fyrirmæli frá Tvingwayo ka Marolo, frábærum herforingja Umcityu sveitarinnar, og krafðist þess að félagar Nahoon yrðu endurkomnir tafarlaust. Tvingwayo, sem ætlað var að leiða Zulu sveitir í Isandhlwana, krafðist nærveru þeirra þar sem hersveitin var í undirbúningi fyrir stríð.

Þessi þróun gaf Nahoon trúverðuga ástæðu til að skilja við félaga sína. Hann fullvissaði þá um að hann yrði eftir til að hlúa að Hadden, sem var enn að jafna sig af meiðslum sínum, og lofaði að ganga til liðs við þá aftur innan nokkurra daga. Þannig, án þess að ástæðu til að gruna, fóru verðirnir og Nahoon var frjálst að fylgja áætlunum sínum eftir.

Á sama tíma gaf Umgona opinberlega yfirlýsingu um að hann myndi fara til Ulundi með dóttur sinni, Naneu, í samræmi við skipun konungs. Þeir tveir áttu að afhenda fimmtán nautgripi sem Nahoon hafði greitt sem lobola fyrir hjónaband sitt við Nanea - sekt sem konungur lagði á sem refsingu. Til að fullkomna brögðin sendi Umgona nautgripi sína sem eftir voru á beit nálægt Krókódíladrifinu undir vökulu auga trausts Basuto-hirðar sem vissi ekki um raunverulegar fyrirætlanir þeirra.

Á þriðjudaginn var allur undirbúningur kominn á sinn stað. Hópurinn lagði af stað leið sem virðist liggja til

Ulundi. Hins vegar, eftir að hafa farið þokkalega vegalengd, beygðu þeir skarpt inn í þekju þykkt kjarrlendi og forðuðust vísvitandi öll byggð svæði. Þessi krókaleið leiddi þá nærri hinni alræmdu Doom-laug og hinum forboðna skógi sem kallast Heimili hinna dauðu. Á meðan þessi ógnvekjandi kennileiti vöknuðu nálægt, var hópurinn úr augsýn og þrýsti sér fram undir leyndinni. Áætlun þeirra var að ferðast um nóttina og hvíla sig nálægt Krókódíladrifinu um morguninn.

Lokamarkmið þeirra var að ná í nautgripinn sem þar var falinn, fara yfir ána í dögun og flýja til Natal. Án þess að Nahoon og Nanea vissu, hafði Hadden sína eigin óheiðarlegu dagskrá. Á meðan þeir ætluðu sér frelsi, gerði hann ráð fyrir svikum.

Ferð í skugga efasemda

Þegar þeir gengu í gegnum eyðimörkina leiddi Umgona leiðina með öruggum skrefum. Þrátt fyrir aldur kom fram hversu brýnt hann var þegar hann ýtti fénu áfram, með traustan staf úr umsimbeetviði. Nahoon fylgdi á eftir, stjórnandi mynd klædd einfaldlega í hefðbundinn moocha, breiður assegai hans ljómaði í hverfandi birtu. Við hlið hans gekk Nanea, dregin í möttul með hvítum perlum. Framkoma hennar sveik hins vegar vanlíðan sem jafnvel Nahoon gat ekki hunsað. Hún loðaði við hann stundum, orð hennar brýn og fyllt tilfinningum.

Hadden, sem var á eftir parinu, fylgdist með samskiptum þeirra með blöndu af öfund og eftirsjá. Hluti hans, sem var snortinn af hverfulri sektarkennd, íhugaði að hætta áformum sínum. Hann gerði sér grein fyrir fegurð tengsla þeirra og var ofsóttur af þeirri áttun að gjörðir hans myndu brjóta þau í sundur. Samt sigruðu dekkri hornin í hjarta hans. Rödd freistinganna hvíslaði án afláts, minnti hann á langanir sínar og ýtti undir ásetning hans.

Hugur Haddens var á milli samvisku og spillingar. Hann hafði alltaf lifað eftir þeirri reglu að grípa það sem hann vildi, burtséð frá kostnaði annarra. Á þessu augnabliki snerust langanir hans um Nanea, og ef að ná þeim þýddi að útrýma Nahoon, þá er það svo.

Svikin

Seint eftir hádegi fór hópurinn yfir læk skammt frá Doom-lauginni. Þeir fóru inn í þyrnitré, en sáu sig umkringdir hópi Zulu hermanna. Meðal þeirra sat Maputa, svikulli höfðinginn, festur á hesti sem var of lítill fyrir burðugt umgjörð hans. Hermennirnir, sem höfðu búist við komu þeirra, eyddu engum tíma í að tryggja fanga sína.

Umgona, sem varð hissa við fyrirsátið, reyndi að rökræða við hermennina. „Hver er meiningin með þessu, stríðsmenn konungs? Við erum á leiðinni í Kraal U'Cetywayo. Hvers vegna hindrar þú okkur?"

Skipstjóri hermannanna brást við með hæðnislegum hlátri. „Ef leið þín liggur til konungs, hvers vegna ferð þú suður í stað norðurs? Þú munt örugglega ná í kraal, en ekki þann sem þú leitar að. Sá svarti hefur fyrirskipað dauða ykkar fyrir að leggja á ráðin um að flýja til Natal."

Opinberunin sló eins og elding. Nahoon, upptekinn af reiði, steyptist á Hadden, en hermennirnir höfðu hemil á honum. Nanea sneri líka augnaráði sínu að Hadden. Hún talaði ekki; þögn hennar var meira víti en orð. Augu hennar, full af svikum og sorg, gnæfðu í sál Hadden.

Maputa, sem var ánægður með svik sín, sagði frá því hvernig Hadden hafði gert samsæri við hann og upplýsti að þeir hefðu flóttaáætlanir til að ná hylli konungs.

Laugin segist eiga

Hópurinn var látinn ganga að brún Doom-laugarinnar, þar sem skipstjórinn hóf grimmt verkefni sitt. Hann skipaði Umgona að stíga fyrst fram. Gamli maðurinn, sem náði ró sinni andspænis dauðanum, kvaddi dóttur sína og Nahoon áður en hann stökk hiklaust út í hyldýpið.

Næst var röðin komin að Naneu. Hún stóð með reisn og fordæmdi Hadden með orðum sínum. „Svart hjarta," sagði hún, „þú hefur svikið okkur af eigingirni. Megir þú aldrei finna frið. Megi blóð föður míns og eiginmanns míns ásækja þig um alla eilífð." Með þessum lokaorðum stökk hún út í laugina, hvíta flíkin hennar hvarf í þokuna.

Þegar Nahoon var kallaður fram náði sorgin og reiðin innra með honum að hætta. Með öskri sleit hann sig laus, greip einn hermannanna og henti honum í hyldýpið. Styrkur hans og heift voru óstöðvandi, en hermennirnir yfirbuguðu hann að lokum. Hann var bundinn og undirgefinn og var hlíft við örlögum laugarinnar, því meðal Zulumanna var maður sem var brjálaður af sorg talinn heilagur.

Flótti Haddens

Í ringulreiðinni greip Hadden tækifærið til að flýja. Hann greip riffil sem var eftirlitslaus og steig upp á hest Maputa. Hann hvatti hestinn til stökks, hvarf út í eyðimörkina og skildi eftir sig bergmál svika sinna og sálir þeirra sem hann hafði svikið.

Arfleifð skugganna

Dómalaugin stóð þögul enn og aftur, dimmt vatn hennar gleypti leyndarmál þeirra sem fórust. Fyrir Hadden myndu atburðir þessa örlagaríka dags ásækja hann að eilífu. Þó hann hefði sloppið við líkamlegar hefnd, hélst bölvun orða Naneu. Í djúpum hjarta síns vissi hann að sigur hans var holur, því hann hafði glatað mannúð sinni í leitinni að þrá.

KAFLI VI: DRAUGUR HINNA DAUÐU

Þegar Nanea stökk af svimandi pallinum með útsýni yfir Doom-laugina tóku örlög hennar óvænta stefnu. Laugin, umkringd röndóttum klöppum sem eru endalaust barin af þrumandi fossinum, var alræmd sem dánarbeð þeirra sem kastað var niður í vötn hennar. Hins vegar forðaðist Nanea grimm örlög flestra fórnarlamba. Viljandi stökk hennar, knúið áfram af eigin vilja, bar hana rétt út fyrir banvæna steina. Hún sló djúpt vatnið á undan, dýfið hennar líktist því sem vanur kafari. Þó svo virtist sem djúpið myndi gleypa hana að eilífu, kom hún aftur upp á yfirborð laugarinnar, þar sem straumurinn barst inn í snöggt flæðandi hlaup.

Nanea, borin af þjótandi vötnunum, hljóp áfram, kunnátta hennar sem sundkona hlífði henni við hættunni á árekstri við árbakkana. Flúðirnar báru hana í gegnum þéttan skóg, útbreiddar greinar trjánna bjuggu til myrkur eins og rökkur. Þegar hún greip um eina slíka grein, tókst henni að koma sér í öryggið og sleppa við ána dauðans - sama áin og enginn var talinn hafa lifað af áður. Þreyttur en á undraverðan hátt ómeiddur staulaðist Nanea upp að ströndinni. Jafnvel hvíta flíkin hennar hélst ósnortinn, þó að hún væri rennblaut og loði við líkama hennar.

Samt veitti hún enga huggun að lifa af; hrollur næturinnar og einangrun hennar lagðist þungt á hana. Nálægt njósnaði hún um risandi gulviðartré. Í örvæntingarfullri leit að skjóli nálgaðist hún það, markmið hennar að klifra upp í greinar þess og verja sig fyrir rándýrum sem þvælast. Eins og heppnin vildi meina, fann hún stóra dæld innan stofns trésins, aðeins nokkrum fetum yfir jörðu. Þar sem hún hafði engan tíma til að hika skreið hún inn. Þótt holrúmið gæti hafa hýst snáka eða aðrar hættur, fannst

Nanea það hlýtt og furðu rúmgott. Botninn var lagður með þurrum, rotnuðum mosa og tindi, sem líklega barst þangað af rottum eða fuglum. Þreyttur ómæld, lagðist hún niður, huldi sig mosanum og svaf í djúpan, endurnærandi svefn.

Martraðarkenndur fundur

Nanea vaknaði við kurl radda sem töluðu á framandi tungu. Hún reis varlega upp og gægðist úr felustað sínum. Næturhiminninn var bjartur, stjörnurnar vörpuðu daufum ljóma á rjóður nálægt ánni. Í miðju rjóðrinu logaði gríðarlegur eldur sem lýsti upp gróteskan hóp af fígúrum sem safnast var í kringum það. Þessar verur voru litlar og manneskjulegar, þunnt hár þeirra hékk niður að enni, útstæðar kjálkar og óhóflegir, bólgnir líkamar sem létu þær líta út fyrir að vera ægilegar. Þeir gripu frumstæð vopn — skarpa steina festir við prik og frumlega steinhnífa.

Það fór hrollur um Naneu. Hún áttaði sig á því að hún hafði rekist á draugaskóginn, þar sem hinn goðsagnakenndi Esemkofu, eða illir draugar, voru sagðir búa. Hjarta hennar sló af skelfingu, því hún var sannfærð um að hún stæði frammi fyrir þessum illgjarna öndum. Samt, þegar hún horfði á, breyttist skelfing hennar í forvitni. Verurnar hegðuðu sér ekki eins og hún hafði ímyndað sér að andar gætu. Þeir sungu, dönsuðu og rifust jafnvel og veifuðu vopnum sínum. Og hverju voru þeir að fagna? Undarlegur hlutur lá í miðju hringnum þeirra, langt, dökkt form sem þeir virtust vera að undirbúa fyrir óhugnanlega veislu.

Ein skepnanna gekk fram að eldinum og greip brennandi grein til að lýsa upp hlutinn fyrir aðra, sem krjúpaði við hliðina á honum með hníf. Nanea andvarpaði og blóðið varð kalt þegar hún varð ljóst - hluturinn var mannslíkami. Hún bældi öskur og hrökk við. Þetta voru engir andar; þeir voru mannætur.

Hryllingur og upplausn

Líkaminn sem lá í miðjunni var of stór til að vera einn þeirra og hjarta Naneu sökk af ótta. Gæti það verið Nahoon, eiginmaður hennar? Tilhugsunin kramdi hana. Hún hafði misst hann fyrir tilskipun konungs, en þessi síðasta vanhelgun var óbærileg. angist hennar vék fyrir reiði. Hún ákvað að grípa inn í, jafnvel þótt það kostaði hana lífið.

Nanea kom út úr skjóli sínu og gekk djarflega í átt að eldinum. Útlit hennar var annars veraldlegt - hávaxið og tignarlegt, hvíta flíkin hennar glóandi í eldsljósinu og skiptist á milli ljóss og skugga þegar hún hreyfði sig. Ein af verunum sá hana og fraus, steinhnífur hennar skelltі úr munni hennar þegar hún gaf frá sér stingandi öskur. Á augabragði sneru hinir sér við til að sjá litrófsmynd hennar. Þeir voru sannfærðir um að hún væri andi og brugðust skelfingu, flúðu inn í skóginn með skelfingaróp.

Eftir ein gekk Nanea að líkinu. Henni til mikils léttis var það ekki Nahoon heldur einn af böðlum konungs. Hvernig hafði hann dáið? Gæti Nahoon enn verið á lífi? Vonin sem flökti innra með henni var dauf en óumdeilanleg. Hún vildi ekki að líkið væri í nágrenninu og lyfti því í ána, sem flutti það hratt burt. Síðan, eftir að hafa kveikt eldinn, hörfaði hún að trénu sínu og beið dögunar.

Lifun í draugaskógi

Dagana á eftir aðlagast Nanea lífinu í skóginum. Knúin af hungri mundi hún eftir helgum steini í skógarjaðrinum þar sem þorpsbúar skildu eftir matargjafir fyrir Esemkofu. Hún lagði allt í hættu og lagði leið sína þangað og uppgötvaði gnægð af matvælum — maís, mjólk, hafragraut og jafnvel kjöti. Þakklát tók hún það sem hún gat borið aftur í bæli sitt og eldaði máltíðir sínar yfir eldinum sem hún hélt nú stöðugt að brenna.

Líf hennar var einveru og varkárni. Esemkofu-hjónin forðuðust hana, sannfærð um að hún væri kraftmikill andi, og þó að viðvera þeirra af og til hafi truflað hana, ógnuðu þeim ekki. Þegar dagarnir urðu að vikum, hélt Nanea fast í þá veiku von um að Nahoon gæti enn lifað. Myrkur skógarins lagðist þungt á hana og einangrun hennar rak hana næstum til brjálæðis, en samt þoldi hún.

Innsýn í stríð

Langt frá draugaskógi slá stríðstrommur hátt. Philip Hadden, sem hafði naumlega forðast saksókn fyrir fyrri misgjörðir sínar, fann sig dreginn aftur inn í Zululand. Þegar stríð var yfirvofandi milli bresku hersveitanna og Cetywayo konungs leigði Hadden vagna sína og uxa til hersins og fylgdi súlunni nr. 3 undir Chelmsford lávarði. Þann 20. janúar 1879 tjölduðu þeir undir skugga fjallsins Isandhlwana, án þess að vita af Zulu-hernum sem lá þegjandi og þegjandi skammt frá.

Meðal Zulu herafla var Nahoon, sem nú er þröngsýn og villieygð mynd sem breyttist af sorg og heift. Hann hafði gengið í raðir fyrrverandi hersveitar sinnar, Umcityu, og beðið um spjót og skjöld. Beiðni hans var samþykkt, því að hann leitaðist aðeins við eitt: hefnd gegn hvítum mönnum.

Vonin kviknaði á ný

Þegar Nahoon bjó sig undir bardaga, dvaldi Nanea í skógarhelgi sínum, ókunnugt um atburðina sem gerast handan landamæra þess. Þótt tilvera hennar væri döpur, neitaði andi hennar að vera mulinn niður. Ástin sem hún bar til Nahoon og veika vonin um að hann lifi af studdu hana í gegnum langa, einmana daga. Hver dögun kom með ljóssleif í hjarta hennar, loforð um að sögu hennar væri ekki lokið.

LOKIÐ

www.ingramcontent.com/pod-product-compliance
Lightning Source LLC
LaVergne TN
LVHW050825051026
849532LV00008B/3129
* 9 7 9 8 3 3 0 6 4 2 4 0 3 *